Si Whitney Naglingkod Bilang Waitress

(Uri-uri!)

Marcy Schaaf

Ang kuwentong ito ay higit pa sa mga salita sa isang pahina—ito ay isang mahalagang alaala mula sa aking puso. Nangyari ang lahat sa Flint, Michigan, kung saan ang aking anak na babae na si Whitney ay gumugol ng maraming hapon kasama ang kanyang lola sa ama, na buong pagmamahal na tinatawag na "Lola Ha." Si Lola Ha ay hindi lamang isang lola; siya ay isang puwersa ng kalikasan—mabait, maparaan, at laging puno ng buhay. Nagmamay-ari siya ng isang maliit na restaurant sa bayan, isang lugar na amoy sariwang tinapay at mainit na sabaw, kung saan napuno ng tawanan ang hangin at palaging tinatanggap ang mga kaibigan.

Isang partikular na araw ang tumatak sa isip ko. Ako ay nagtatrabaho nang gabi, at si Whitney ay gumugugol ng araw kasama ang kanyang Lola Ha, gaya ng madalas niyang ginagawa. Ngunit iba ang araw na ito— tumawag ng sakit ang waitress, naiwan si Lola Ha na shorthanded. Sa halip na mabahala, bumaling si Lola Ha sa kanyang munting katulong, si Whitney, at binigyan siya ng notepad, panulat, at isang matamis na ngiti. Puro magic ang sumunod na nangyari. Si Whitney, sa kanyang walang katapusang kuryusidad at determinasyon, ay umakyat sa paraang nagpatunaw ng aking puso. Hindi lang niya tinulungan ang kanyang lola na kumuha ng mga order ngunit nagdulot din siya ng saya sa lahat ng tao sa cafe noong araw na iyon.

Nang dumating ako para sunduin si Whitney, inabot sa akin ni Lola Ha ang $50 na tip na kinita ni Whitney. Hindi pera ang ikinagulat ko—iyon ay ang pagmamalaki sa mukha ni Whitney, ang pasasalamat sa boses ni Lola Ha, at ang init ng pagkaalam na nagbahagi sila ng isang bagay na napakaespesyal.

Ang kwentong ito ay tungkol sa higit pa sa pagtulong sa isang restaurant. Ito ay tungkol sa ugnayan sa pagitan ng isang lola at ng kanyang apo, ang mga aral na natutuhan namin mula sa aming pamilya, at ang kapangyarihan ng isang mapagpasalamat at mapagbigay na puso.

Sana habang binabasa mo ito, maramdaman mo ang parehong pagmamahal at kagalakan na ginawa namin noong araw na iyon sa Flint, Michigan. Nawa'y paalalahanan tayong lahat na pahalagahan ang mga sandali kasama ang ating mga mahal sa buhay at laging handang tumulong na may masayang puso.

Whitney loved her Grandma Ha,
Who owned a café near and far.

Mahal ni Whitney ang kanyang Lola Ha, Na nagmamay-ari ng isang cafe malapit at malayo.

While Mom was busy working away,
Whitney stayed with Ha all day.

Habang si Nanay ay abala sa pagtatrabaho sa malayo, si Whitney ay nanatili kay Ha buong araw.

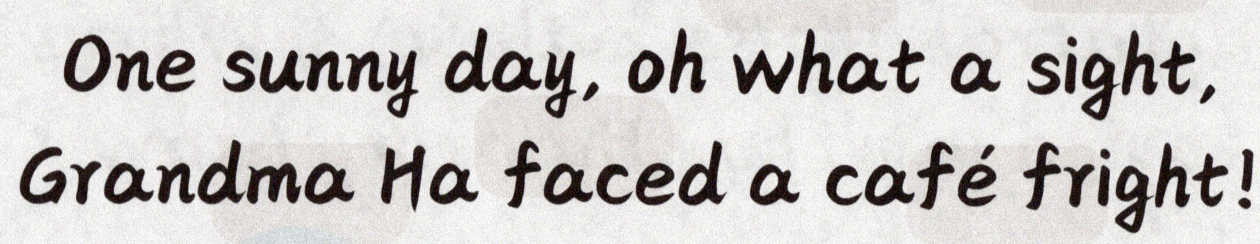

One sunny day, oh what a sight,
Grandma Ha faced a café fright!

Isang maaraw na araw, oh anong magandang tanawin, si Lola Ha ay nakaharap sa isang takot sa cafe!
Cafe

The waitress called,
"I'm sick, I'm done!"
Grandma said,
"Whitney, let's have some fun!"

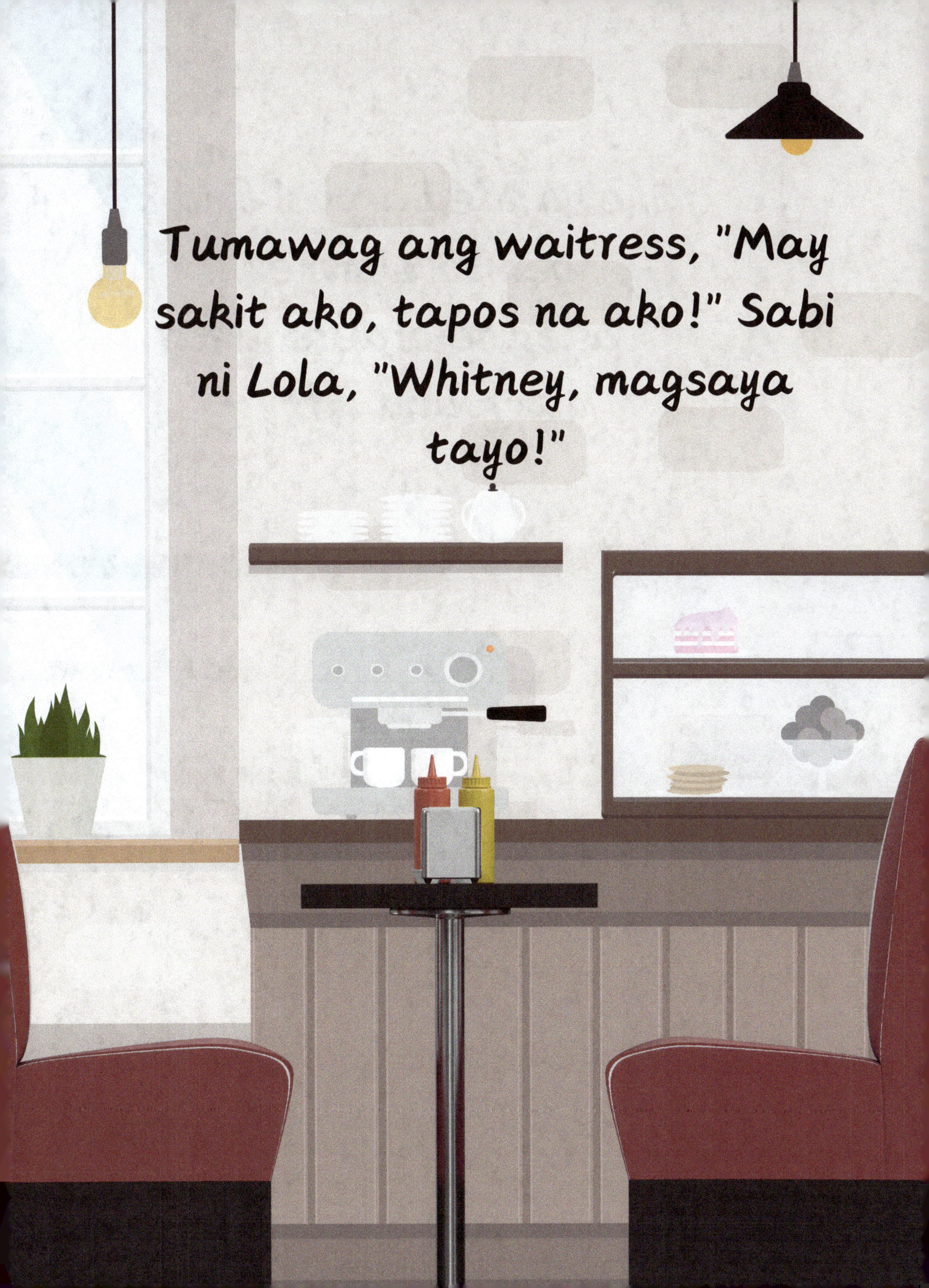
Tumawag ang waitress, "May sakit ako, tapos na ako!" Sabi ni Lola, "Whitney, magsaya tayo!"

She handed a pad and a
pen to Whitney.
"Take the orders, dear,
quick and nifty!"

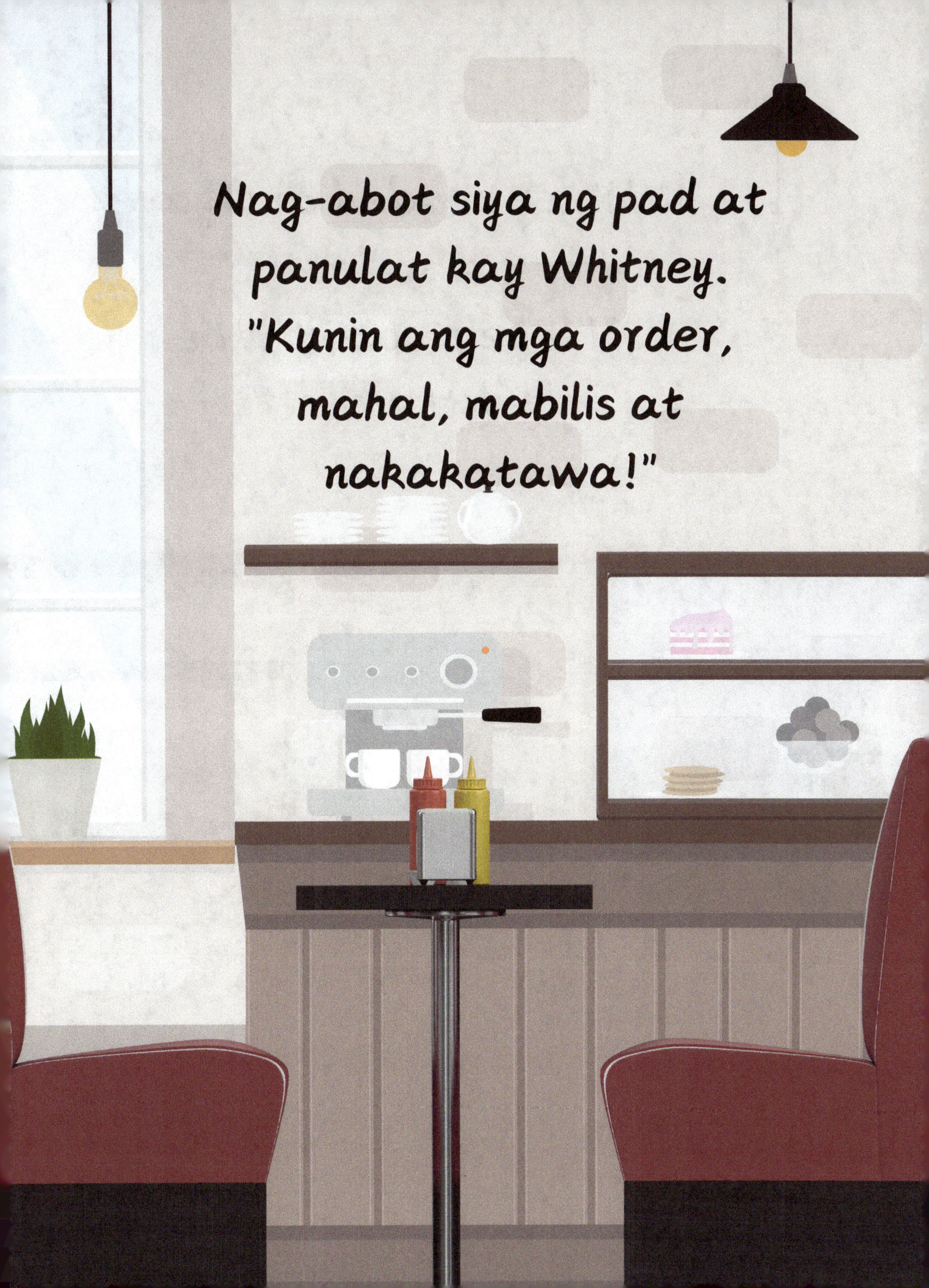

Nag-abot siya ng pad at panulat kay Whitney. "Kunin ang mga order, mahal, mabilis at nakakatawa!"

Whitney nodded and gave
a smile.
"I'll help out; it'll be
worthwhile!"

Tumango si Whitney at ngumiti.
"Tutulong ako; magiging sulit!"

She walked to a table and
said with cheer,
"What would you like to
eat, my dear?"

Naglakad siya papunta sa isang mesa at tuwang-tuwa na sinabing, "Ano ang gusto mong kainin, mahal ko?"

Then she climbed up high in
the booth so snug,
"How do you spell that? A
sandwich or mug?"

Pagkatapos ay umakyat siya ng mataas sa booth na napakasikip, "Paano mo nababaybay iyon? Isang sandwich o mug?"

Grandma Ha in the kitchen heard
it all,
She whipped up dishes, big and
small.

Narinig ni Lola Ha sa kusina ang lahat, Naghagis siya ng mga pinggan, malaki at maliit.

Whitney ran back with the note in hand,
"Good job!" said Ha, "You're so grand!"

Tumakbo pabalik si Whitney na may hawak na note, "Good job!" sabi ni Ha, "Napakaganda mo!"

Grandma Ha gave her colors bright,
"Draw for the guests, give them delight!"

Binigyan ni Lola Ha ang kanyang mga kulay na maliwanag, "Gumuhit para sa mga bisita, bigyan sila ng kasiyahan!"

Whitney sketched a dog, a sun, a tree,
The guests clapped and tipped with glee!

Nag-sketch si Whitney ng aso, araw, puno, Nagpalakpakan ang mga panauhin at tuwang-tuwa!

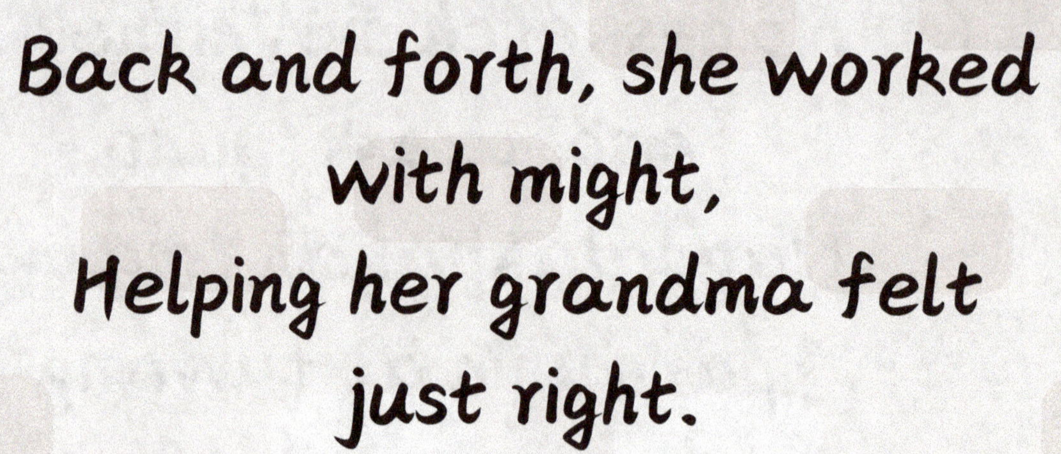

Back and forth, she worked
with might,
Helping her grandma felt
just right.

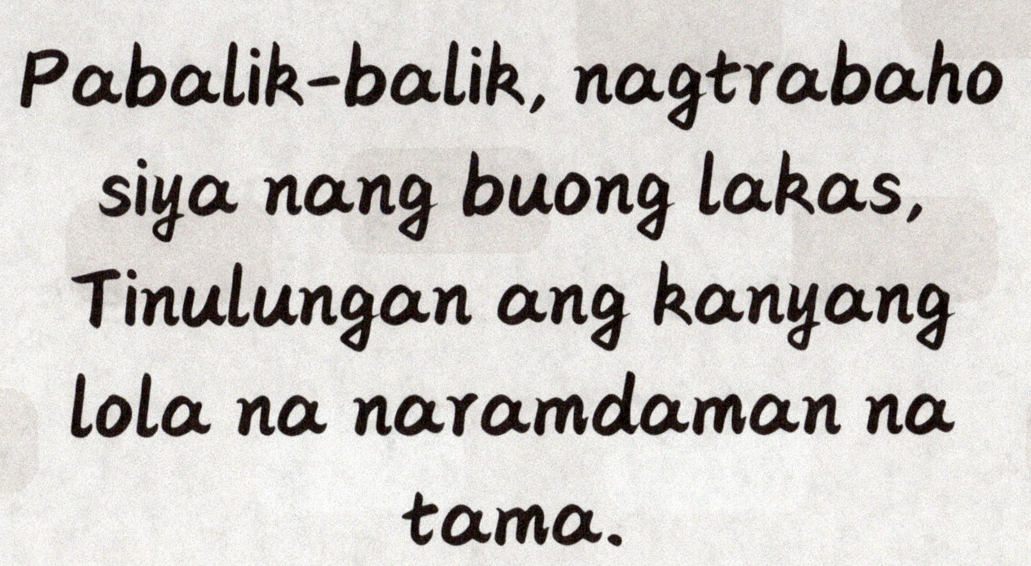

Pabalik-balik, nagtrabaho siya nang buong lakas, Tinulungan ang kanyang lola na naramdaman na tama.

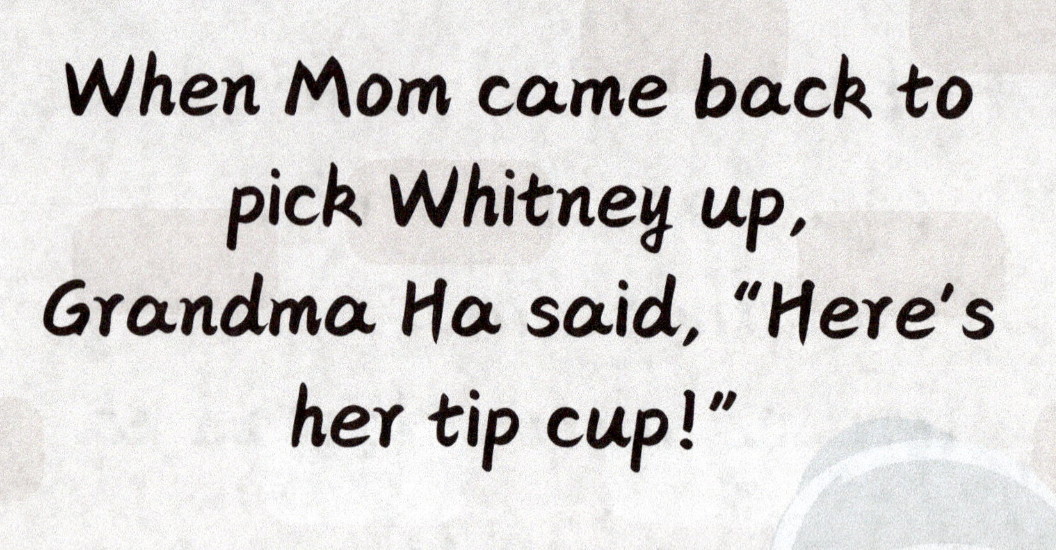

When Mom came back to pick Whitney up, Grandma Ha said, "Here's her tip cup!"

Nang bumalik si Nanay para sunduin si Whitney, sinabi ni Lola Ha, "Narito ang kanyang tip cup!"
Cafe

Fifty dollars! Mom said,
"Oh my!
You're such a helper; I
could cry!"

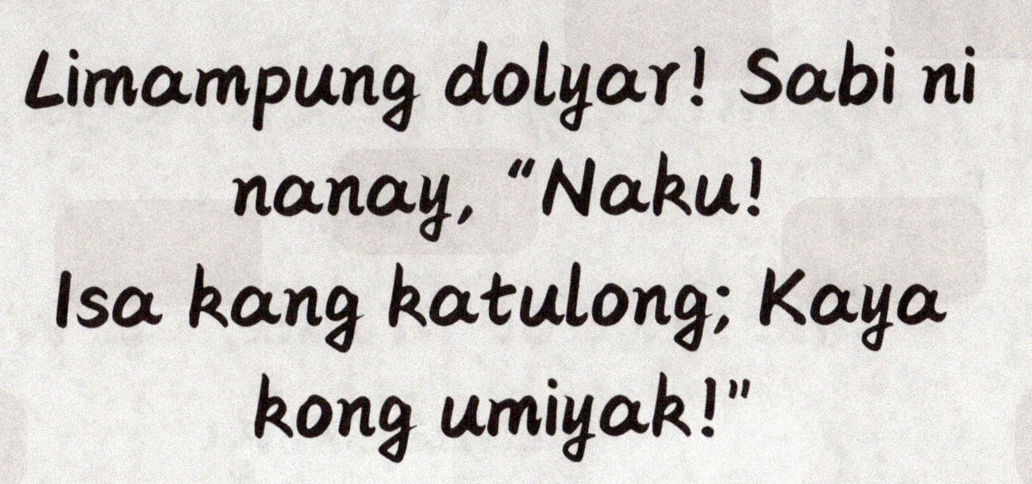

Limampung dolyar! Sabi ni nanay, "Naku! Isa kang katulong; Kaya kong umiyak!"

Whitney grinned and gave a hug,
She felt so proud, all warm and snug.

Ngumisi si Whitney at yumakap, She felt so proud, all warm and snug.

Grandma Ha said,
"Whitney, you see,
Helping with love brings joy
and glee."

Sabi ni Lola Ha, "Whitney, nakikita mo, Ang pagtulong sa pagmamahal ay nagdudulot ng kagalakan at saya."

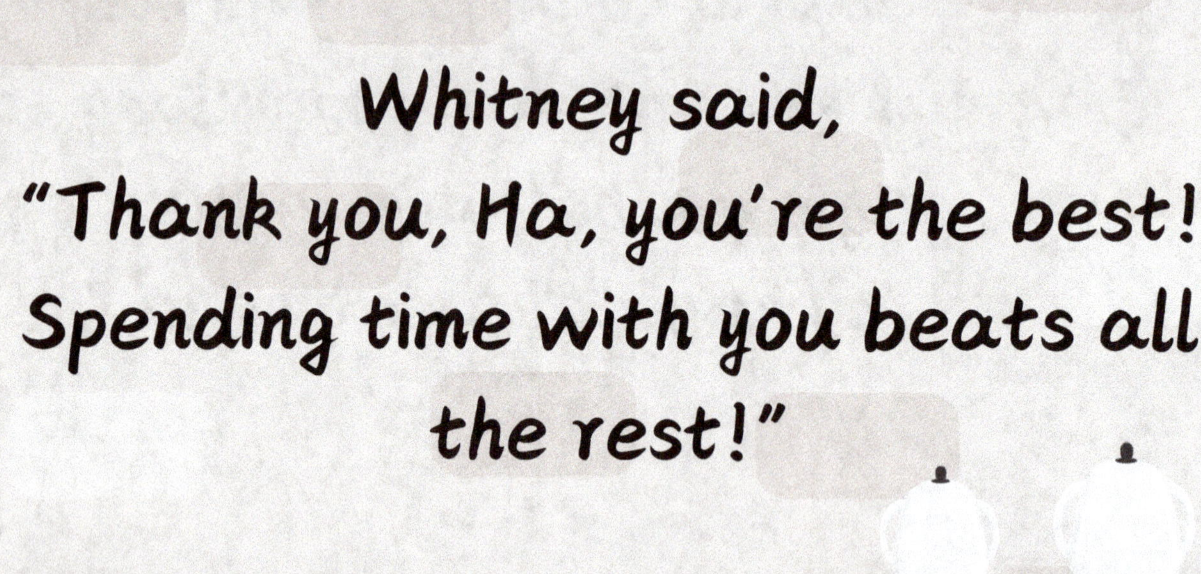

Whitney said,
"Thank you, Ha, you're the best!
Spending time with you beats all
the rest!"

Sabi ni Whitney, "Salamat, Ha,
you're the best!
Ang paggugol ng oras sa iyo ay higit
pa sa lahat!"
afe

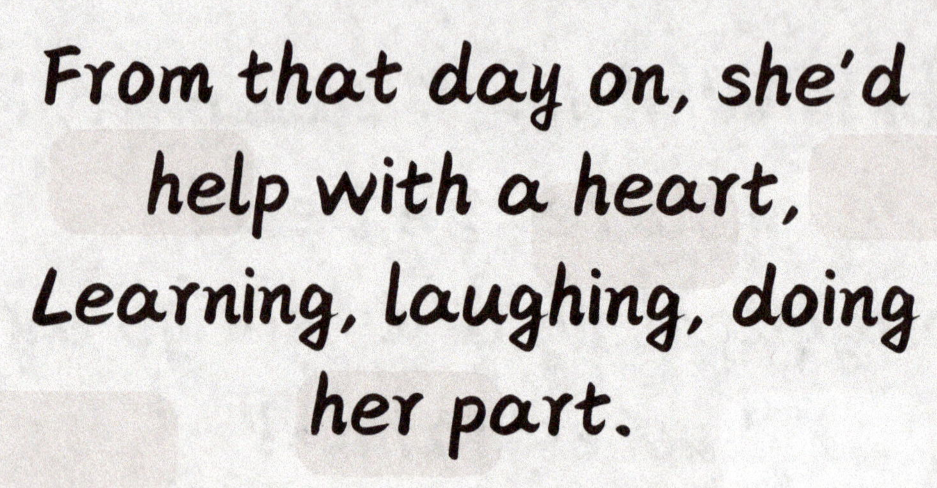
From that day on, she'd
help with a heart,
Learning, laughing, doing
her part.
Cafe

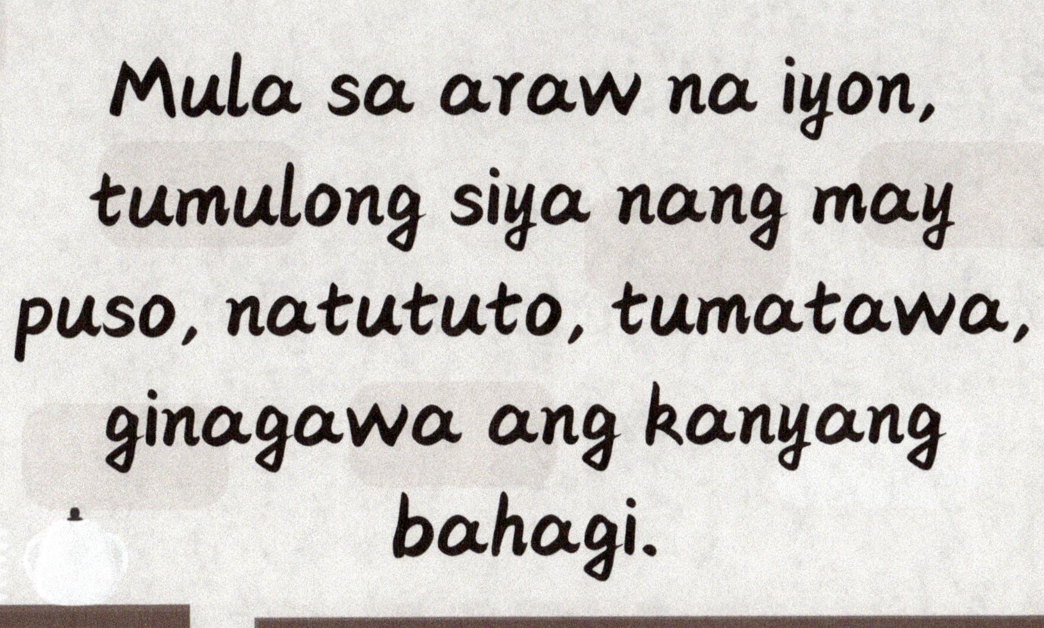

Mula sa araw na iyon, tumulong siya nang may puso, nat255tuto, tumatawa, ginagawa ang kanyang bahagi.

The lesson Whitney learned
that day:
Kindness and effort light
the way.

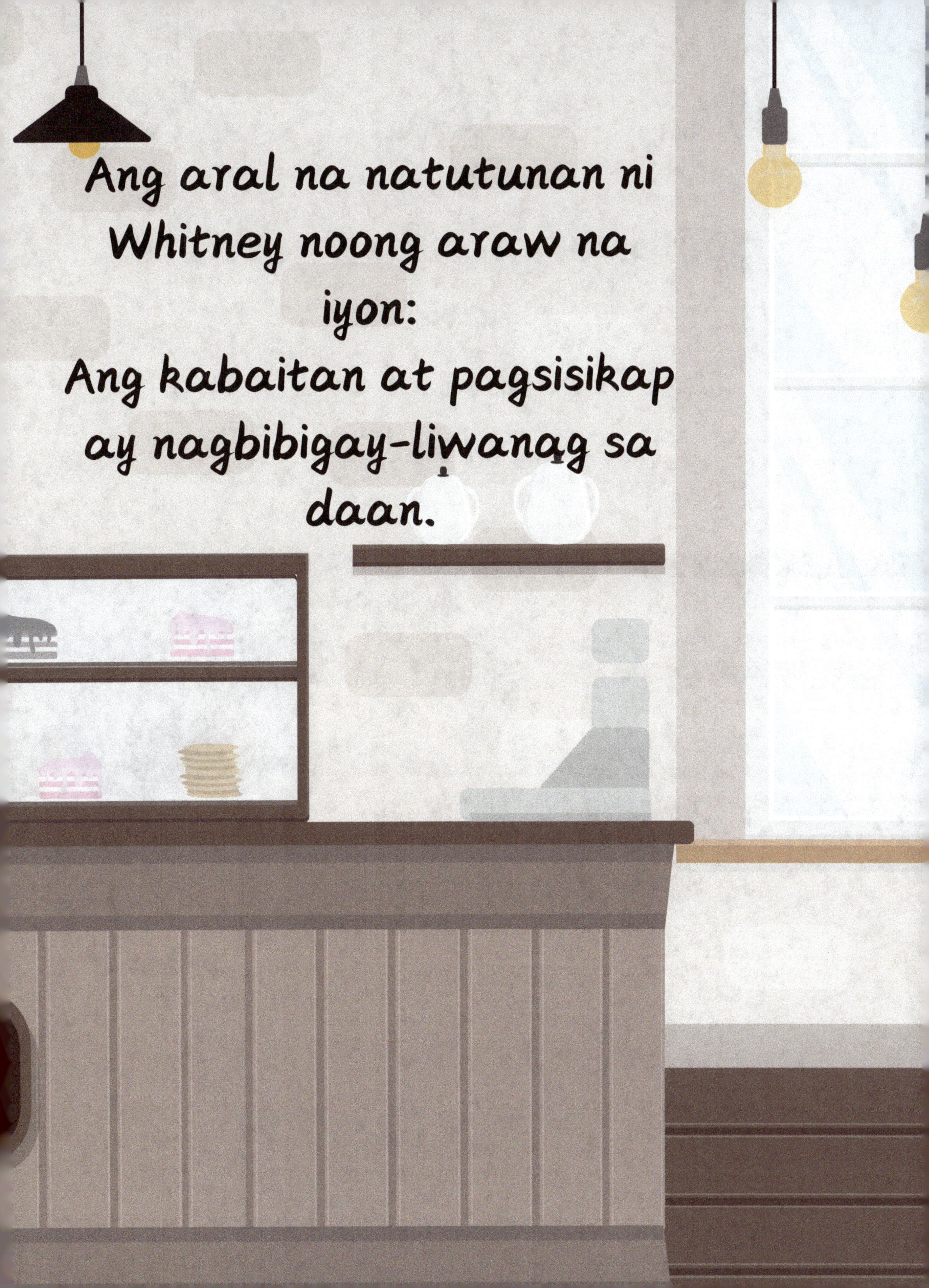

Ang aral na natutunan ni Whitney noong araw na iyon:
Ang kabaitan at pagsisikap ay nagbibigay-liwanag sa daan.

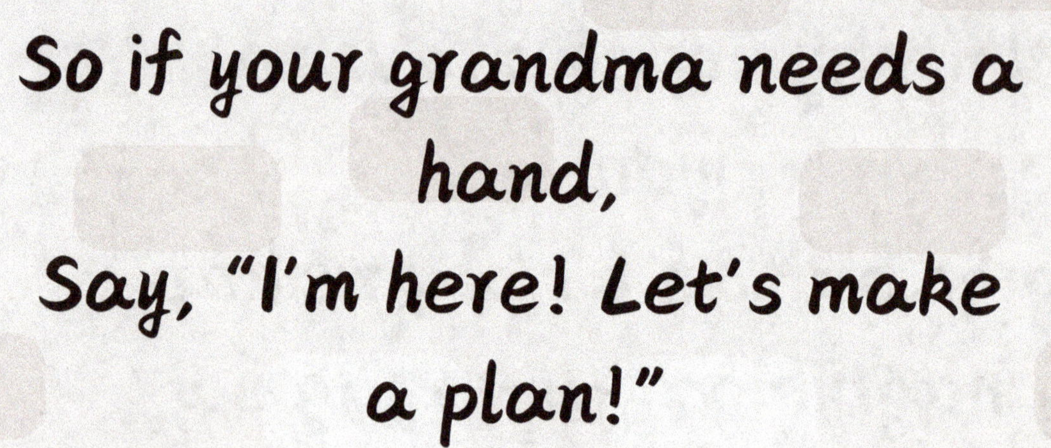

So if your grandma needs a hand,
Say, "I'm here! Let's make a plan!"

Kaya kung kailangan ng
iyong lola ng kamay,
Sabihin, "Nandito ako!
Gumawa tayo ng plano!"

Whitney worked hard with joy and cheer,
Making memories year by year.

Nagtrabaho nang husto si
Whitney nang may
kagalakan at saya,
Gumagawa ng mga alaala
taon-taon.

Grandma Ha and her little helper too,
Ran the café like a dream come true!

Si Lola Ha at ang kanyang munting katulong din, Tumakbo sa café na parang isang panaginip na natupad!

Helping out isn't just for play,
It brings big smiles to every day.

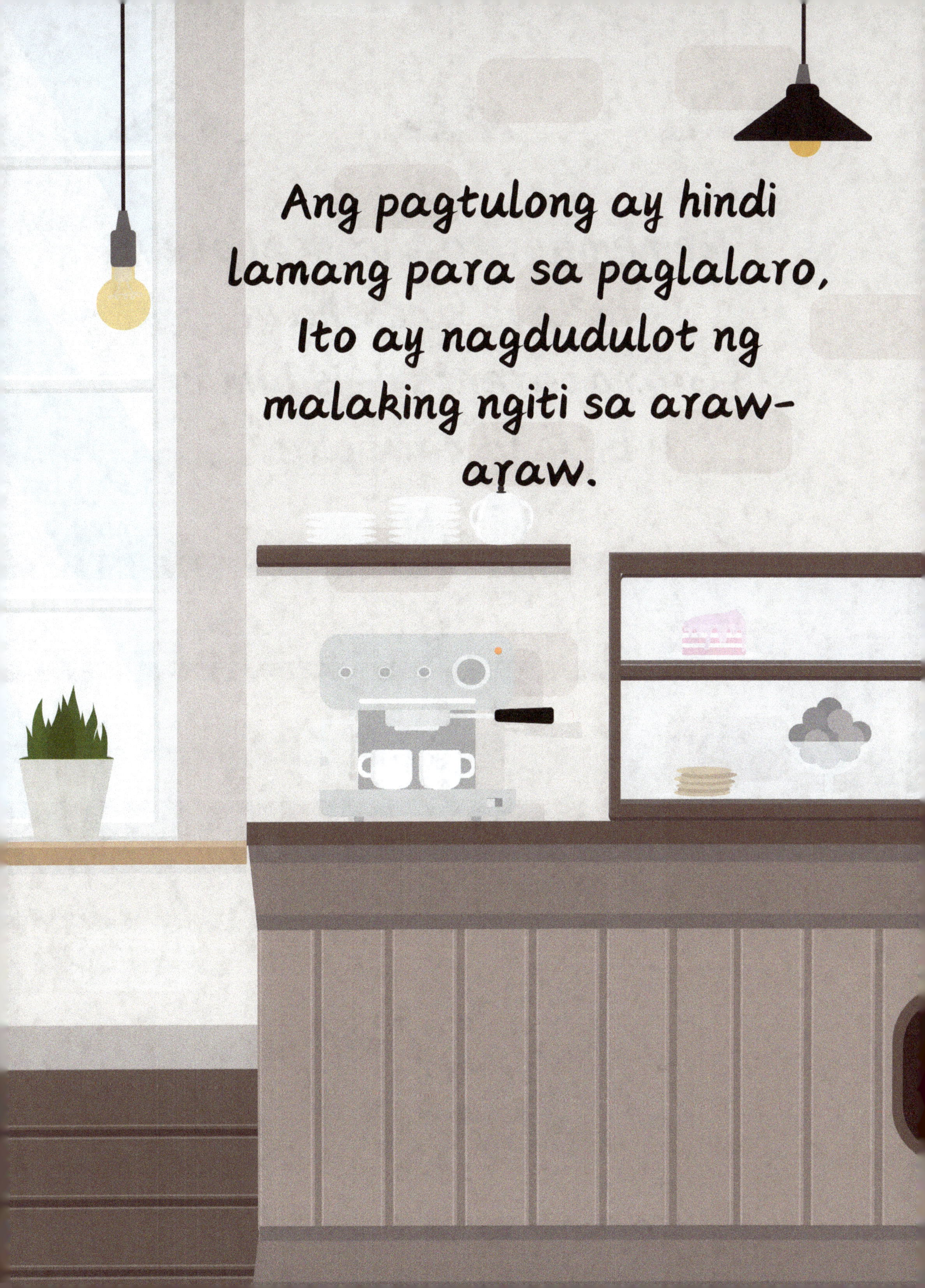

Ang pagtulong ay hindi lamang para sa paglalaro, Ito ay nagdudulot ng malaking ngiti sa araw-araw.

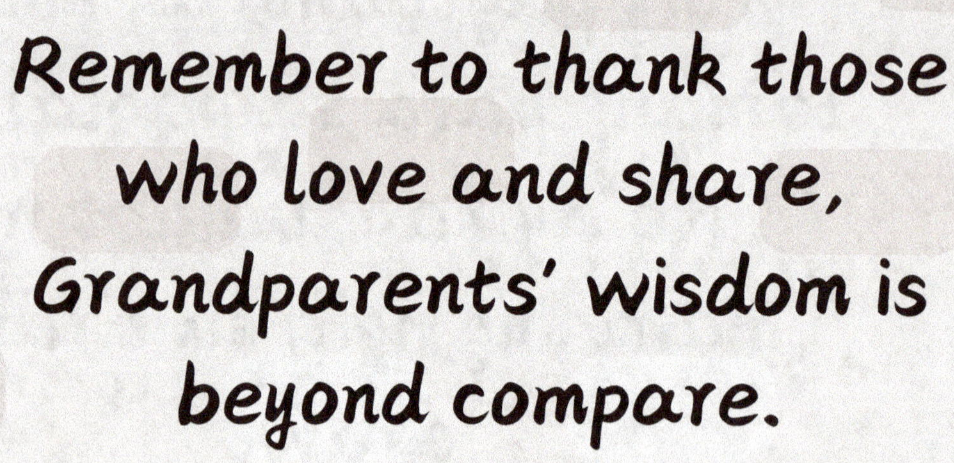

Remember to thank those who love and share, Grandparents' wisdom is beyond compare.
Cafe

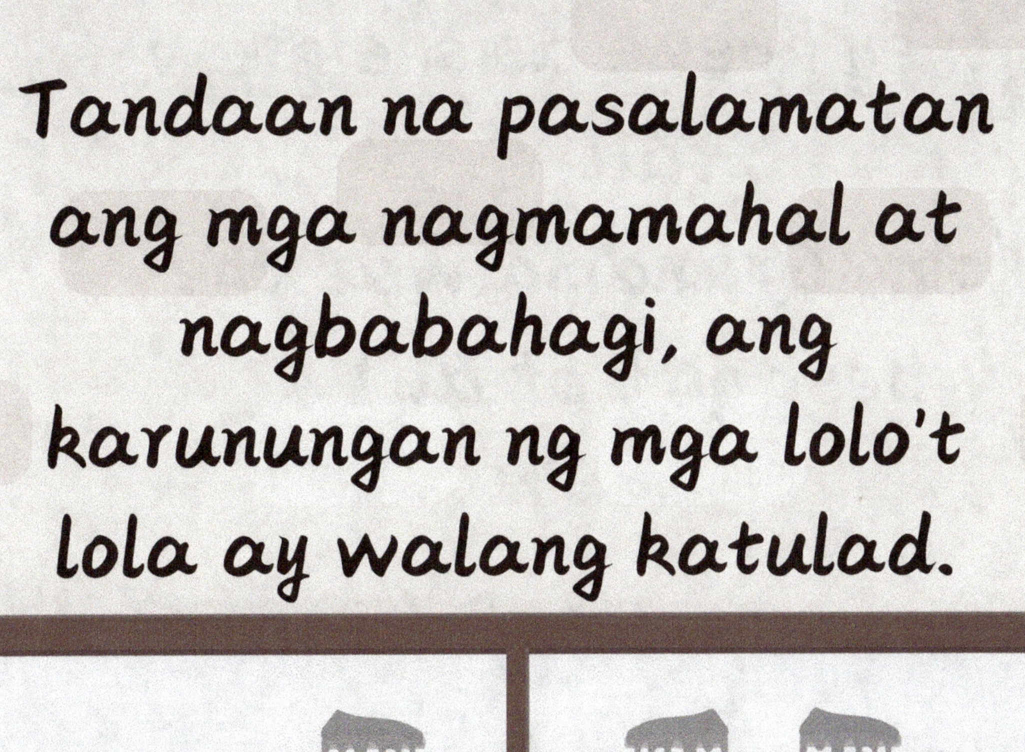

Tandaan na pasalamatan ang mga nagmamahal at nagbabahagi, ang karunungan ng mga lolo't lola ay walang katulad.

Cafe

Whitney knew, as she grew tall,
Helping Grandma was the best gift of all!

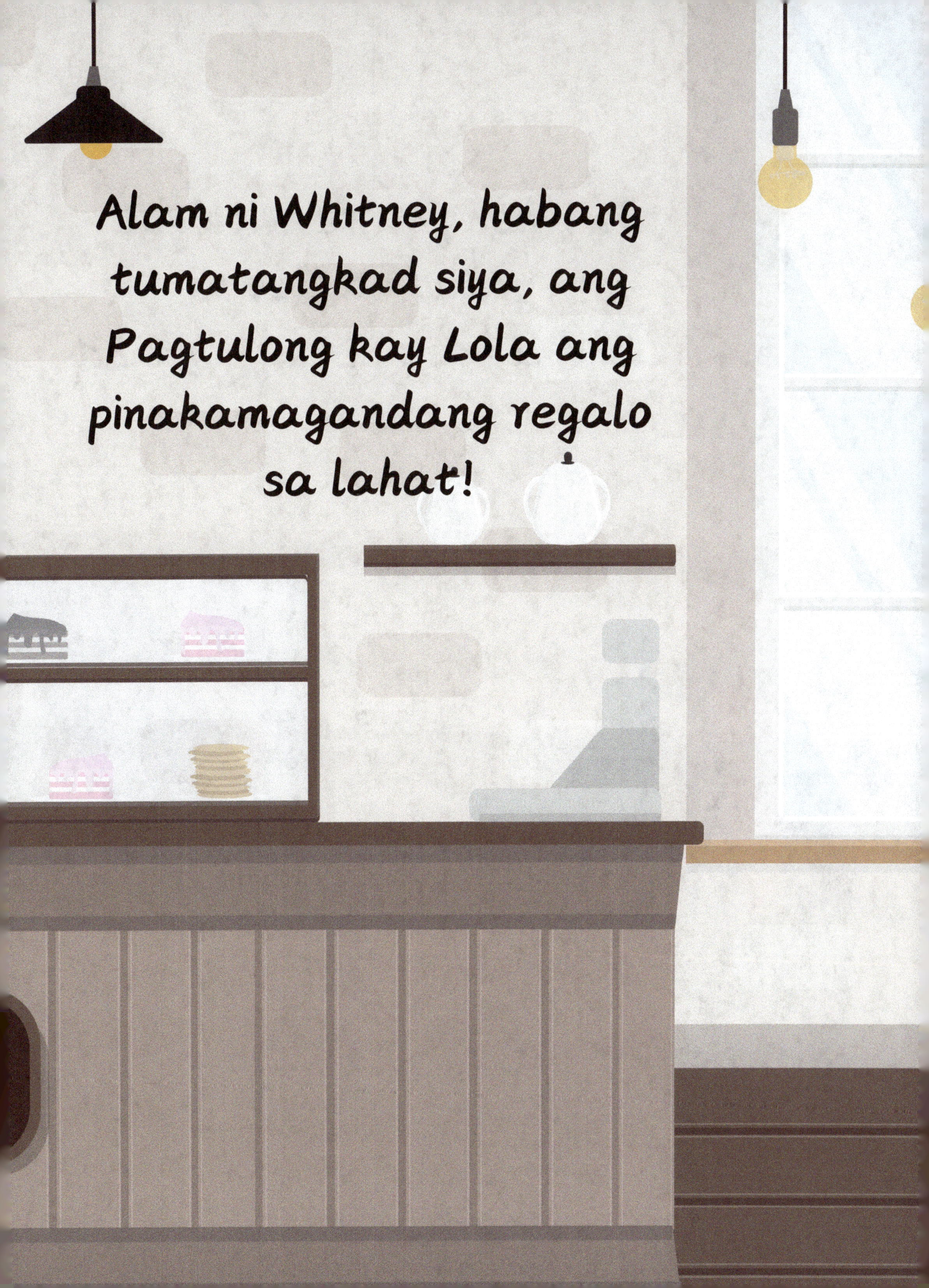

Alam ni Whitney, habang tumatangkad siya, ang Pagtulong kay Lola ang pinakamagandang regalo sa lahat!

So when you're with your grandma dear,
Lend a hand, bring joy and cheer.

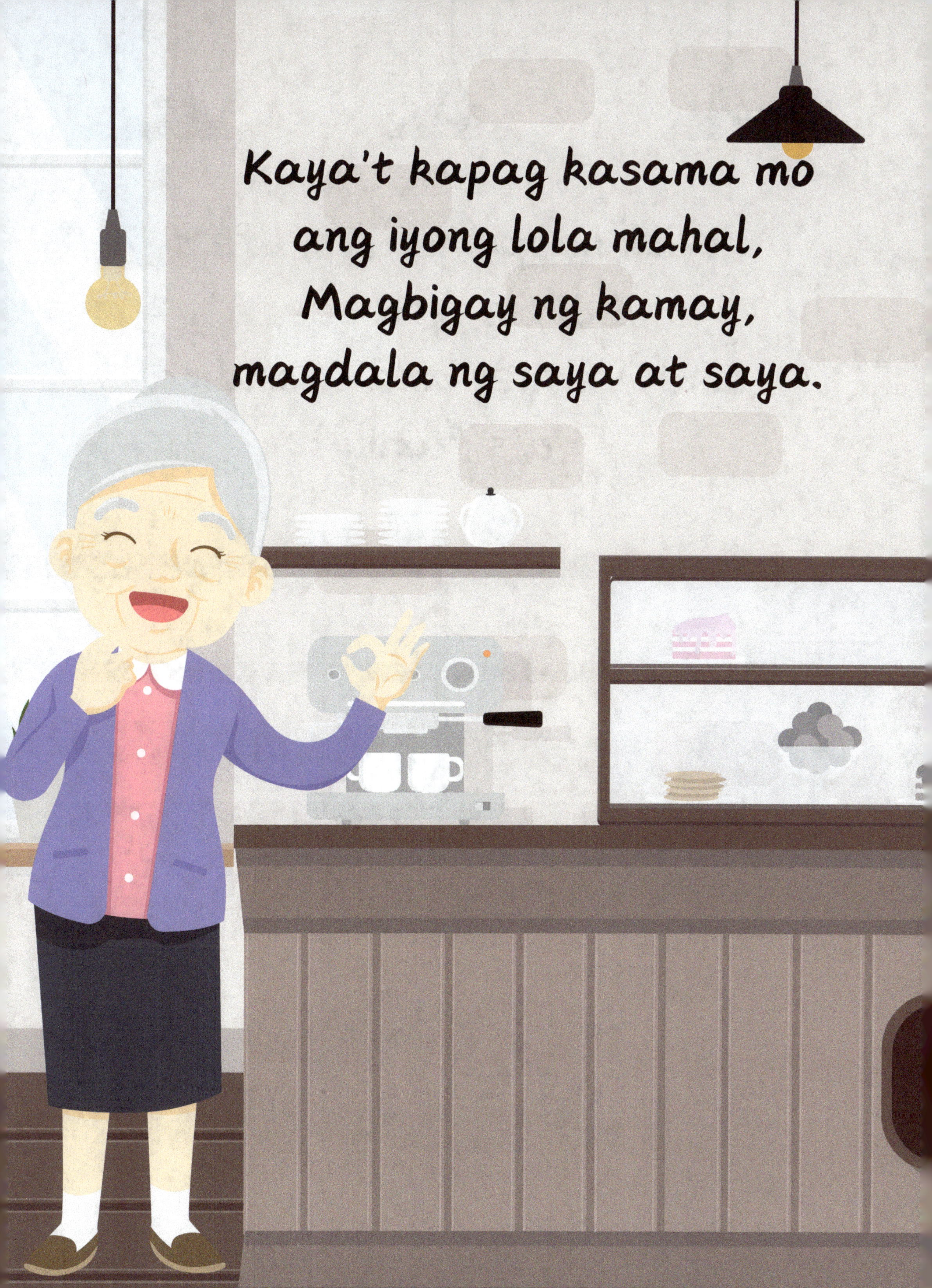

Kaya't kapag kasama mo
ang iyong lola mahal,
Magbigay ng kamay,
magdala ng saya at saya.

With happy hearts, life's better, you see,
Like Whitney and Grandma Ha's family!

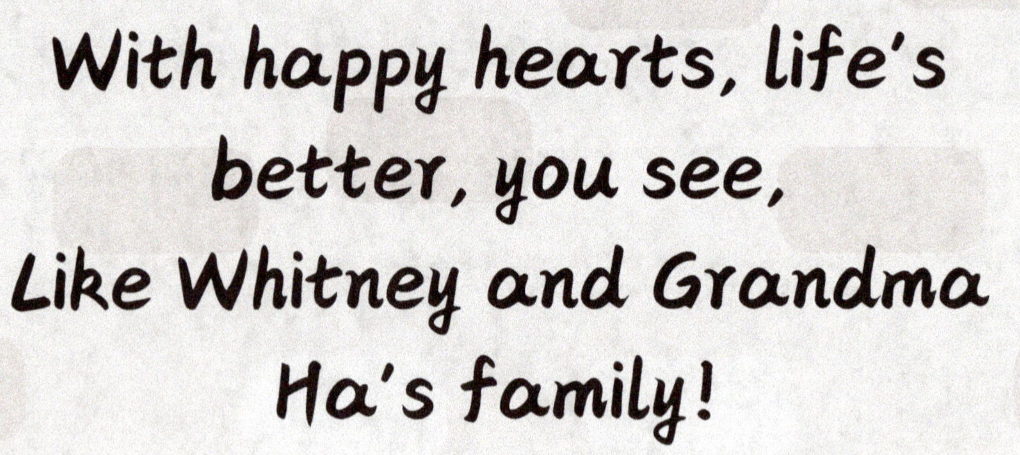

Sa masayang puso, ang
buhay ay gumaganda,
Tulad nina Whitney at ng
pamilya ni Grandma Ha!
Cafe

And as the stars twinkle
in the night,
Whitney whispers,
"Ha, you're my light."

At habang kumikislap ang mga bituin sa gabi, bumubulong si Whitney, "Ha, ikaw ang aking ilaw."

Bonus FREE Activity Guide

Bonus LIBRENG Gabay sa Aktibidad

Activity Guide

"Whitney Waits Tables (Sort Of!)"

Thank you for reading Whitney Waits Tables (Sort Of!) This guide is filled with fun activities to help kids connect with the story and learn about teamwork, gratitude, and the joy of helping out.

1. Draw Your Own Café Menu
Whitney made drawings for the café guests. Now it's your turn!
Materials Needed: Paper, crayons, or markers.
Instructions: Create a menu for your imaginary café. Include fun dishes like "Silly Spaghetti" or "Magical Milkshakes." Add colorful pictures of each dish.
2. Role-Play: Be a Waiter or Waitress
Just like Whitney, you can pretend to take orders!
Materials Needed: Notepad, pen, and a pretend dining area.
Instructions: Set up a small "restaurant" at home. Have friends or family pretend to be customers. Practice taking their orders and delivering "food" (use toy dishes or paper cutouts).
3. Gratitude Jar
Whitney learned the value of being grateful for her grandma. Let's make a gratitude jar!
Materials Needed: A jar, slips of paper, and a pen.
Instructions: Write down things you're thankful for on small pieces of paper. Add them to the jar. Read them together with your family at the end of the week.

Gabay sa Gawain

"Whitney Waits Tables (Uri-urihin!)"

Salamat sa pagbabasa ng Whitney Waits Tables (Sort Of!) Ang gabay na ito ay puno ng masasayang aktibidad upang matulungan ang mga bata na kumonekta sa kuwento at matuto tungkol sa pagtutulungan ng magkakasama, pasasalamat, at kagalakan ng pagtulong.

1. Gumuhit ng Iyong Sariling Menu ng Café
Si Whitney ay gumawa ng mga guhit para sa mga bisita sa cafe. Ngayon na ang iyong turn!
Mga Materyales na Kailangan: Papel, krayola, o marker.
Mga Tagubilin: Gumawa ng menu para sa iyong haka-haka na cafe. Isama ang mga masasayang pagkain tulad ng "Silly Spaghetti" o "Magical Milkshakes." Magdagdag ng mga makukulay na larawan ng bawat ulam.
2. Role-Play: Maging Waiter o Waitress Katulad ni Whitney, pwede kang magpanggap na kukuha ng order!
Mga Materyales na Kailangan: Notepad, panulat, at isang kunwaring dining area.
Mga Tagubilin: Magtayo ng isang maliit na "restaurant" sa bahay. Magpanggap na mga kaibigan o pamilya bilang mga customer. Ugaliing kunin ang kanilang mga order at maghatid ng "pagkain" (gumamit ng mga laruang pinggan o mga ginupit na papel).
3. Pasasalamat Natutunan ni Jar Whitney ang kahalagahan ng pagiging mapagpasalamat sa kanyang lola. Gumawa tayo ng garapon ng pasasalamat!
Mga Materyales na Kailangan: Isang garapon, mga piraso ng papel, at isang panulat.
Panuto: Isulat ang mga bagay na pinasasalamatan mo sa maliliit na piraso ng papel. Idagdag ang mga ito sa garapon. Basahin ang mga ito kasama ng iyong pamilya sa katapusan ng linggo.

4. Learn About Flint, Michigan
The story takes place in Flint. Let's explore its history!
Activity: Look up fun facts about Flint, Michigan. What is it known for? Draw or write about something you learned.

5. Design a Thank-You Card for a Grandparent
Grandma Ha loved spending time with Whitney. Make a card to show love to your grandparents!
Materials Needed: Paper, crayons, markers, or stickers.
Instructions: Write a heartfelt message and decorate your card. If you don't have grandparents nearby, make one for another special adult in your life.

6. Act It Out
Bring the story to life with a play!
Instructions: Assign roles—someone can be Whitney, Grandma Ha, and the café customers. Perform the story for family or friends.

7. Create Your Own Tip Jar
Whitney earned tips for her hard work. Make your own jar!
Materials Needed: A small jar, paper, and markers.
Instructions: Decorate the jar and use it to save money or collect "tips" for helping out at home.

8. Write a Thank-You Note to Someone Who Helps You
Whitney helped her grandma, and Grandma Ha praised her. Now it's your turn to show appreciation!
Instructions: Think of someone who helps you—a teacher, friend, or family member—and write them a thank-you note.

9. Recipe Time: Make a Dish with a Family Member
Cook together, just like Whitney and Grandma Ha!
Materials Needed: Simple ingredients for a family recipe.
Instructions: Pick a favorite recipe, and let an adult guide you in cooking or baking something yummy.

4. Matuto Tungkol sa Flint, Michigan Ang kuwento ay naganap sa Flint. Tuklasin natin ang kasaysayan nito!
Aktibidad: Maghanap ng mga nakakatuwang katotohanan tungkol sa Flint, Michigan. Ano ang kilala nito? Gumuhit o magsulat tungkol sa isang bagay na iyong natutunan.
5. Magdisenyo ng Thank-You Card para sa isang Lola at Lola Ha na gustong-gustong gumugol ng oras kasama si Whitney. Gumawa ng card para ipakita ang pagmamahal sa iyong mga lolo't lola!
Mga Materyales na Kailangan: Papel, krayola, marker, o sticker.
Mga Tagubilin: Sumulat ng isang taos-pusong mensahe at palamutihan ang iyong card. Kung wala kang mga lolo't lola sa malapit, gumawa ng isa para sa isa pang espesyal na nasa hustong gulang sa iyong buhay.
6. Isadula Ito Bigyang-buhay ang kuwento sa pamamagitan ng isang dula!
Mga Tagubilin: Magtalaga ng mga tungkulin—maaaring ang isang tao ay sina Whitney, Lola Ha, at mga customer ng café. Isagawa ang kuwento para sa pamilya o mga kaibigan.
7. Lumikha ng Iyong Sariling Tip Si Jar Whitney ay nakakuha ng mga tip para sa kanyang pagsusumikap. Gumawa ng sarili mong garapon!
Mga Materyales na Kailangan: Isang maliit na garapon, papel, at mga marker.
Mga Tagubilin: Palamutihan ang garapon at gamitin ito upang makatipid o mangolekta ng "mga tip" para sa pagtulong sa bahay.
8. Sumulat ng Pasasalamat sa Isang Tao na Tumulong sa Iyo Tinulungan ni Whitney ang kanyang lola, at pinuri siya ni Lola Ha. Ngayon ay iyong pagkakataon na magpakita ng pagpapahalaga!
Mga Tagubilin: Mag-isip ng isang taong tumulong sa iyo—isang guro, kaibigan, o miyembro ng pamilya—at sumulat sa kanila ng pasasalamat.
9. Oras ng Recipe: Gumawa ng Ulam kasama ang isang Miyembro ng Pamilya Magluto nang magkasama, tulad nina Whitney at Lola Ha!
Mga Materyales na Kailangan: Mga simpleng sangkap para sa recipe ng pamilya.
Mga Tagubilin: Pumili ng paboritong recipe, at hayaang gabayan ka ng isang nasa hustong gulang sa pagluluto o pagluluto ng masarap.

10. Discussion Questions
Talk about the story with family or friends.
What was your favorite part of the story?
How did Whitney show kindness and teamwork?
What's a time you helped someone, and how did it make you feel?
We'd love to see your activities!

Share your artwork, menus, and gratitude jars with us at
info@booksbyschaaf.com

Enjoy the magic of helping and learning, just like Whitney!

10. Mga Tanong sa Talakayan Pag-usapan ang kuwento sa pamilya o mga kaibigan.
Ano ang paborito mong bahagi ng kuwento?
Paano ipinakita ni Whitney ang kabaitan at pagtutulungan ng magkakasama?
Anong oras ka nakatulong sa isang tao, at ano ang naramdaman mo?
Gusto naming makita ang iyong mga aktibidad!

Ibahagi ang iyong likhang sining, mga menu, at mga garapon ng pasasalamat sa amin sa info@booksbyschaaf.com

Tangkilikin ang magic ng pagtulong at pag-aaral, tulad ni Whitney!

Join Our Book of the Month Club!

Looking for the perfect gift that keeps on giving? Join our Book of the Month Club! For just $25 a month, or $250 if you purchase a year upfront, you or your loved ones will receive a handpicked children's book every month, straight to your doorstep.

Here's how it works:
Choose from 15 different languages to receive bilingual books that make learning fun.
Enjoy monthly shipments of our exclusive books that inspire, teach, and entertain children of all ages.
Each month's book is carefully selected to provide a new adventure, valuable lesson, and a chance to explore cultures from around the world.
It's the perfect gift for birthdays, holidays, or just because! Whether you're nurturing a young reader or encouraging language learning, our Book of the Month Club is designed to bring joy to every bookshelf.

Exclusive Bonus: As part of your membership, you'll also receive a monthly podcast about our featured book delivered straight to your email! Listen in for behind-the-scenes insights, fun facts, and tips for making storytime even more magical.

Sign up today at www.Booksbyschaaf.com and start enjoying the gift of reading all year long!

Sumali sa Aming Book of the Month Club!

Naghahanap ng perpektong regalo na patuloy na nagbibigay? Sumali sa aming Book of the Month Club! Sa halagang $25 lamang sa isang buwan, o $250 kung bibili ka ng isang taon nang maaga, ikaw o ang iyong mga mahal sa buhay ay makakatanggap ng napiling aklat na pambata bawat buwan, diretso sa iyong pintuan.

Narito kung paano ito gumagana:
Pumili mula sa 15 iba't ibang wika upang makatanggap ng mga bilingual na aklat na nagpapasaya sa pag-aaral.
Tangkilikin ang buwanang pagpapadala ng aming mga eksklusibong aklat na nagbibigay-inspirasyon, nagtuturo, at nagbibigay-aliw sa mga bata sa lahat ng edad.
Ang aklat ng bawat buwan ay maingat na pinipili upang magbigay ng bagong pakikipagsapalaran, mahalagang aral, at pagkakataong tuklasin ang mga kultura mula sa buong mundo.
Ito ang perpektong regalo para sa mga kaarawan, pista opisyal, o dahil lang! Nag-aalaga ka man ng isang batang mambabasa o naghihikayat sa pag-aaral ng wika, ang aming Book of the Month Club ay idinisenyo upang magdala ng kagalakan sa bawat bookshelf.

Eksklusibong Bonus: Bilang bahagi ng iyong membership, makakatanggap ka rin ng buwanang podcast tungkol sa aming itinatampok na aklat na inihatid diretso sa iyong email! Makinig para sa mga behind-the-scenes na insight, nakakatuwang katotohanan, at mga tip para gawing mas kaakit-akit ang oras ng kwento.

Mag-sign up ngayon sa www.Booksbyschaaf.com at simulang tamasahin ang regalo ng pagbabasa sa buong taon!

Books By Schaaf

www.BookBySchaaf.com

Podcast series about our book on TikTok.

Activity Guide companion's for each storybook can be found on our website.

Find us at: